ഉത്സവച്ചിന്ത്

Uthsavachinthu
Children's Literature

K T Mathew

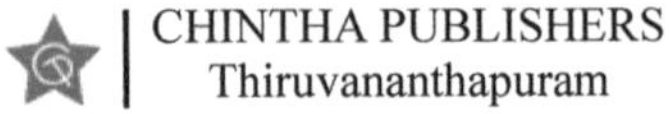

CHINTHA PUBLISHERS
Thiruvananthapuram

First Edition
June 2016

Second Edition
May 2018

Third Edition
April 2021

Published & Typesetting
Chintha Publishers, Thiruvananthapuram

Cover Design
Midas

Illustration
Rajesh Chirappadu

ISBN - 978-93-86112-26-2

CR - 2304 / 5464

Email: chinthapublishers@gmail.com
Website: www.chinthapublishers.com

Distribution
DESHABHIMANI BOOKHOUSE
H O Thiruvananthapuram 695035

Branch
Head Office Kunnukuzhi ● Statue Thiruvananthapuram ●
KSRTC Bus Station Thiruvananthapuram
KSRTC Bus Station Alappuzha ● KSRTC Bus Station Ernakulam ●
Machingal Lane Thrissur ● IG Road Kozhikode ●
Mavoor Road Kozhikode ● NGO Union Building Kannur ●
Central Bus Terminal Complex Thavakkara Kannur

ഉത്സവച്ചിന്ത്
(ബാലസാഹിത്യം)

കെ ടി മാത്യു

ചിന്ത പബ്ലിഷേഴ്സ്
തിരുവനന്തപുരം-695 035

കെ ടി മാത്യു

തൃശ്ശൂർ ജില്ലയിലെ കാക്കശ്ശേരി ഗ്രാമത്തിൽ 1954 നവംബർ 15 ന് ജനിച്ചു. പിതാവ് : കെ എം തോമസ്. മാതാവ് : ടി എൻ ഏല്യ. പാവറട്ടി സെന്റ് ജോസഫ്സ് എൽ പി സ്കൂൾ, സെന്റ് ജോസഫ്സ് ഹൈസ്കൂൾ, പാവറട്ടി സംസ്കൃത കോളേജ് എന്നിവിടങ്ങളിൽ പഠനം. 1969 മുതൽ വിവിധ പ്രസിദ്ധീകരണങ്ങളിൽ കുട്ടിക്കഥകളും കുട്ടിക്ക വിതകളും എഴുതിവരുന്നു.

33 വർഷം മലയാള ഭാഷാധ്യാപകനായി ജോലിചെയ്ത് 2010 ൽ പാവറട്ടി സെന്റ് ജോസഫ് ഹൈസ്കൂളിൽ നിന്ന് വിരമിച്ചു. 2010 തൃശ്ശൂർ ഡി സി ഇ എ അവാർഡ് ലഭിച്ചു.

പ്രധാന കൃതികൾ — കാൽക്കറുപ്പും മുക്കാൽ ചുവപ്പും, മുനിയാണ്ടിയും മണികണ്ഠനാനയും, കുഴിമടിയൻ, കൊച്ചാപ്പി, പാച്ചുവിന്റെ പൂച്ചക്കുട്ടി, കിങ്ങിണിയും പൊങ്ങി ണിയും, കാറ്റമ്മാവനും മേഘത്തപ്പനും, മന്ത്രക്കിണ്ണം, തീപ്പെട്ടിച്ചേച്ചിയുടെ ഒളിച്ചോട്ടം, തിയ്യാടി നമ്പ്യാരും നായാടി രാമനും, ബൈബിൾ കഥകൾ കുഞ്ഞുങ്ങൾക്ക്

ഭാര്യ	:	റജി (അദ്ധ്യാപിക)
മക്കൾ	:	നവനീത്, നവീൻ (വിദ്യാർത്ഥികൾ)
വിലാസം	:	കുണ്ടുകുളങ്ങര, കാക്കശ്ശേരി പി ഒ
		തൃശ്ശൂർ – 680 511
ഫോൺ	:	0487 2644860,
മൊബൈൽ	:	9496125779

ഉള്ളടക്കം

സമർപ്പണം

അക്ഷരങ്ങളുടെ ലോകത്തേക്ക് എന്നെ കൈ
പിടിച്ചാനയിച്ച എന്റെ വന്ദ്യപിതാവിന്.

$$\frac{1}{\text{നീ}}$$

കുഞ്ഞിച്ചെടിയായ് വളരുന്നതും നീ
കുഞ്ഞിപ്പൂവായ് വിരിയുന്നതും നീ
കുഞ്ഞിക്കുയിലായ് പാടുന്നതും നീ
കുഞ്ഞിക്കാറ്റായ് വീശുന്നതും നീ
കുഞ്ഞിക്കാറായ് പെയ്യുന്നതും നീ
കുഞ്ഞിക്കിളിയായ് പാറുന്നതും നീ
കുഞ്ഞിക്കനിയായ് വിളയുന്നതും നീ
കുഞ്ഞിപ്പുഴയായ് ഒഴുകുന്നതും നീ
കുഞ്ഞിക്കനവായ് തഴുകുന്നതും നീ
കുഞ്ഞിച്ചിരിയായ് തെളിയുന്നതും നീ

2

വിത്തും മുത്തും

നെന്മണിയൊട്ടേറെ
തത്തമ്മ കൊത്തി
നന്മകളൊട്ടേറെ
മുത്തമ്മ ചൊല്ലി
തത്തമ്മ കൊത്തിയ–
തൊക്കെയും വിത്ത്!
മുത്തമ്മ ചൊല്ലിയ–
തൊക്കെയും മുത്ത്!

3
മിഠായി

കണ്ടുട്ടാ മി...മി...മി...
തിന്നുട്ടാ ഠാ...ഠാ...ഠാ...
തീർന്നുട്ടാ യി...യി...യി...
കണ്ടതും തിന്നതും തീർന്നതും
മിഠായി!

4
കുറുക്കൻ

കുറുക്കൻ കുക്കുറുക്കൻ
തിന്നപ്പോൾ തീർന്നത് കോഴി!
കുറുകുറുക്കന് കുക്കുറുക്കന്
തിന്നിട്ടും തീർന്നില്ല പൂതി!

5
പപ്പടം

പിറുപിറുത്ത
പപ്പടം
മുറുമുറുത്ത
പപ്പടം
കവിളുവീർത്ത
പപ്പടം
തകർന്നുപോയി
പപ്പടം!

6

തേരട്ട

ട്ട അട്ട തേരട്ട
തട്ടിന്മേലൊരു തേരട്ട
'ട്ട' മട്ടിൽ തേരട്ട!
'ട്ട' അട്ട തേരട്ട
തട്ടിയ നേരം തേരട്ട
'റ' മട്ടിൽ തേരട്ട!

7
തേങ്ങാപ്പാട്ട്

ഗുളു ഗുളു ഗുഗ്ഗുളു
ഗുഗ്ഗുളു ഗുളു ഗുളു
പാടിയ തേങ്ങ
യുണങ്ങിയ നേരം
കുടു കുടു കുക്കുടു
കുക്കുടു കുടു കുടു!

8

ഉപ്പേരി

ഉപ്പേറിയുപ്പേറി
ഉപ്പേറിയിലുപ്പേറി
ഉപ്പേറിയതുപ്പേറി!

<h1 style="text-align:center">9</h1>

കാക്കയും കോഴിയും

കാ കാ കാക്ക
കാക്ക നെല്ലു കൊത്തി
കോ കോ കോഴി
കോഴിയോടിയെത്തി
കാ കാ കാക്ക
കാക്ക കൊമ്പിലെത്തി
കോ കോ കോഴി
കോഴി നെല്ലു കൊത്തി.

10
ഭൗ ഭൗ – മ്യാവൂ

കൂടിന്റെയുള്ളിൽ
ഭൗ ഭൗ
കൂടിന്റെ ചുറ്റും
മ്യാവൂ!
കൂടിന്റെ ചുറ്റും
ഭൗ ഭൗ
കൂടിന്റെ മോളിൽ
മ്യാവൂ!

11
തുലാം

ശരശരെ ശരശരെ
വീശി തുലാം!
പളപളെ പളപളെ
മിന്നി തുലാം!
പടപടെ പടപടെ
വെട്ടി തുലാം!
ചറപറെ ചറപറെ
പെയ്തു തുലാം!

12

___

പഴുതാര

പഴുതി–
ലിരിക്കുവതാരാ?
ആരല്ല
പഴുതാര!

13

ഉണ്ണി നല്ല ഉണ്ണി

ഉണ്ണി നല്ല ഉണ്ണി
വെണ്ണയുണ്ണും ഉണ്ണി
വെണ്ണയുണ്ട തൊണ്ണുകാട്ടി
കണ്ണുചിമ്മി മണ്ണിൽ നീന്തി
മണ്ണുരുട്ടി കണ്ണുകാട്ടി
ഉണ്ണിയപ്പമുണ്ണിക്കൈയൊ–
ലുണ്ണിയേട്ടന്നേകുമുണ്ണി
ഉണ്ണി നല്ല ഉണ്ണി
ഉണ്ണി കണ്ണിലുണ്ണി!

14
കള്ളിപ്പൂച്ച

ഇറച്ചിയിത്തിരി മീനുമിത്തിരി
ചോറുമിത്തിരി പാലുമിത്തിരി
ഇത്തിരിയിത്തിരി തിന്നുതിന്നി-
ട്ടൊത്തിരി തിന്നു മുടിക്കുന്നൂ
കള്ളിപ്പൂച്ച കരിമ്പൂച്ച!

15
ദോശ

ശേ ശേ ദോശ
ശീ ശീ ദോശ
ദോശതന്നോശ
മീശാനൊരാശ
ദോശയ്ക്കൊരാശ
കാശില്ലാ മേശ
കാശില്ലാക്കീശ
മീശാന്റെ മീശ–
യ്ക്കടിയിലൊരാശ
"ശൊ!"

16
ഉള്ളി

ഉള്ളിത്തോലു നുള്ളിയപ്പോ
ളുള്ളിലായുള്ളിത–
ന്നുള്ളുകള്ളി:
ഉള്ളില്ലാത്തോ–
നാണുള്ളി!

17

പീപ്പിയും പാപ്പിയും

പീപ്പി നല്ല പീപ്പി
പാപ്പിയുടെ പീപ്പി
പാപ്പി തൊട്ടു പീപ്പി
'പേപ്പെ' കേണു പീപ്പി!
പാപ്പി നല്ല പാപ്പി
പീപ്പിക്കാരൻ പാപ്പി
പപ്പൂ തൊട്ടു പീപ്പി
'പേപ്പെ' കേണു പാപ്പി!

18

പൊന്നോണം

കണ്ണുകൊണ്ടുണ്ണണം
കാതുകൊണ്ടുണ്ണണം
കരളുകൊണ്ടുണ്ണണം
പൊന്നോണം!

19
ചോറുണ്

നേരം പുലരുമ്പോൾ ചോറുണ്
കുട്ടനു കിണ്ണത്തിൽ ചോറുണ്
തൈരു കുഴച്ചിട്ട് ചോറുണ്
ഉമ്മറത്തിണ്ണയിൽ ചോറുണ്
കുട്ടന്റെ ചാരത്തും ചോറുണ്
കുട്ടന്റെ കൈകൊണ്ടും ചോറുണ്
ഈച്ചയ്ക്കും പൂച്ചയ്ക്കും ചോറുണ്
കാക്കയ്ക്കും കോഴിക്കും ചോറുണ്!

20

തീയാണ്

ചാരത്തണയുന്ന തീയാണ്
ചാരമാക്കീടുന്ന തീയാണ്
ചാരത്തിനുള്ളിലെ തീയാണ്
ചാരനും ചോരനും തീയാണ്!

21

തളയും വളയും

തളയും വളയും പോയല്ലോ
തവളകൾ തേങ്ങിക്കരയുന്നു!
തലയും തല്ലിക്കരയുന്നു
തള-വള ചൊല്ലിക്കരയുന്നു!
തവളേ തവളേ കരയല്ലേ
തള-വള ചൊല്ലിക്കരയല്ലേ!
തളയും വളയും പോയാലും
'തവള'യിൽ 'തള' 'വള'യുണ്ടല്ലോ!

22

പൂവിതളും കൈവിരലും

പുലരിയിൽ പൂവിതൾ വിരിയുന്നു
പുലരിയിൽ കൈവിരൽ വിരിയുന്നു
പൂവിതൾ വിരിയും നേരത്ത്
പൂന്തേനും പൂമ്പൊടിയും!
കൈവിരൽ വിരിയും നേരത്ത്
വരയും വരമൊഴിയും!

23

വർഷകാലം

കാറ്റുപോൽ കലിതുള്ളുമമ്മായി
ഇടിപോലലറുന്നോരമ്മാവൻ
മിന്നൽപോൽ പുളയുന്ന ചെഞ്ചൂരൽ
മഴപോൽ പൊഴിയുന്ന മിഴിനീർ
ഈമട്ടിലെന്നുമെൻ വീട്ടിനുള്ളിൽ
നന്നായ്പ്പുലരുന്നു വർഷകാലം!

24

കറുമ്പന്റെ കുറുമ്പ്

കറുമ്പൻ കൊമ്പൻ കുറുമ്പുകാട്ടി
കൊമ്പനോളം പോന്ന കുറുമ്പുകാട്ടി
കൊമ്പനപ്പോൾ കരിമ്പു കിട്ടി!
കറുമ്പനുറുമ്പ് കുറുമ്പുകാട്ടി
ഉറുമ്പോളമില്ലാത്ത കുറുമ്പുകാട്ടി
ഉറുമ്പിനപ്പോൾ കുറുമ്പുതീർന്നു കിട്ടി!

25
പൂച്ചമ്മ

പച്ചമീനുണ്ണും
പച്ചച്ചോറുണ്ണും
പച്ചയിറച്ചി
മെച്ചമായുണ്ണും
പച്ചപ്പാൽ കണ്ടാൽ
മച്ചിലൊളിക്കും
പച്ചപ്പാവമാ-
ണെന്റെ പൂച്ചമ്മ!

26

കടുമുടു..... കടുമുടു.....

കടുമുടു കടുമുടു
കടുകു പൊട്ടി
ചട്ടിയിൽ കടുമുടു
കടുകു പൊട്ടി
ചട്ടീന്നു ചാടീട്ടും
കടുകു പൊട്ടി
കറിയിലും കടുമുടു
കടുകു പൊട്ടി
കടുകേറെപ്പൊട്ടിയ
കറിയും കൂട്ടി
ഞൊട്ടിനുണഞ്ഞു ഞാ-
നുണ്ടുകൂട്ടി!

27

നത്തും മുത്തിയും

മുത്തമ്മാവിലെ മുത്തിക്കൊമ്പ-
ത്തത്തലൊടുക്കാനെത്തിയ നത്തുക
ളത്താഴത്തിനു വക കിട്ടാത്തതി
ലാർത്തി പെരുത്തിട്ടൊത്തു കരഞ്ഞതു
കേട്ടൊരു മുത്തി മെത്തയിൽനിന്നും
തിത്തോം തരികിട താഴത്ത്!

28

കടൽ കാണുമ്പോൾ

കടൽ കാണുമ്പോൾ കളിയാടുന്നൂ
കണ്ണിൽ കടലലകൾ!
കടൽ കാണുമ്പോൾ കളിയാടുന്നൂ
കാതിൽ കടലൊലികൾ!
കടൽ കാണുമ്പോൾ കളിയാടുന്നൂ
കരളിൽ കടൽവർണൻ!

$$\frac{29}{\text{വിരൽ}}$$

ഒരു കൈയിലഞ്ച്
മറു കൈയിലഞ്ച്
എടുക്കുന്ന നേരം
തുണയ്ക്കുവാൻ പത്ത്!
ഒരു കാലിലഞ്ച്
മറു കാലിലഞ്ച്
നടക്കുന്ന നേരം
തുണയ്ക്കുവാൻ പത്ത്!
പത്തും പത്തും ചേർന്നി-
ട്ടിരുപത് പേര്
ഇരുപതുപേർക്കും
വിരലെന്നു പേര്!

30

നാലുപേരൊന്നായേ

നുള്ളിയെടുത്തതും
തോണ്ടിയെടുത്തതും
വെട്ടിയെടുത്തതും
ചീന്തിയെടുത്തതും
വായിലൊളിപ്പിച്ചു
വച്ചു ചവച്ചപ്പോൾ
നാലുപേരൊന്നായേ
നാവിലും ചുണ്ടിലും
ചെമ്മാനച്ചോപ്പായേ!

31

പാട്ടുകാരൻ തവള

കോട്ടും സൂട്ടുമണിഞ്ഞിട്ട്
പാട്ടുകൾ പാടും തവളേ
കോട്ടും തായോ സൂട്ടും തായോ
പാട്ടും തായോ തവളേ
എങ്കിൽ നിനക്കും ഞാനുപകാരം
ചെയ്തുതരാമെൻ തവളേ
കപ്പലിൽ കടലുകൾ താണ്ടീട്ടക്കരെ
ടൂറിനു പോകാം തവളേ!

32

എന്തു പറ്റി?

കണ്ണിനെന്തുപറ്റി?
കാഴ്ചയില്ലെന്നായി.
കാതിനെന്തുപറ്റി?
കേൾവിയില്ലെന്നായി.
പല്ലിനെന്തുപറ്റി?
എല്ലാമാടിയാടി.
നാക്കിനെന്തു പറ്റി?
കൊഞ്ചലായി ഞ്ഞ!

33
എങ്ങോട്ട്?

കൈയുകളെങ്ങോട്ട്?
കൈയുകളിങ്ങോട്ട്.
കാലുകളെങ്ങോട്ട്?
കാലുകളങ്ങോട്ട്.
ഇങ്ങോട്ടുമങ്ങോട്ടും
കൈകാൽ മടക്കുമീ
യാളുകളെങ്ങോട്ട്?
ഇങ്ങോട്ടുമങ്ങോട്ടു–
മങ്ങോട്ടുമിങ്ങോട്ടും!

34

മിഠായിക്കൊതി

പെട്ടിക്കുള്ളൊാരു പൂട്ടുപൊളിച്ചി-
ട്ടേട്ടനു കിട്ടിയ മിഠായിപ്പൊതി
തട്ടിയെടുത്തിട്ടോടിക്കേറി
തട്ടിലൊളിച്ചിട്ടാരും കാണാ
തൊട്ടുതുറന്നിട്ടോരോന്നായി
ട്ടിഷ്ടത്തോടെ നൊട്ടിനുണച്ചി
ട്ടാടിപ്പാടിത്താഴോട്ടെത്തിയ
കുട്ടനുകിട്ടി മിഠായിക്കൊതി
തീരും മട്ടിൽ മുട്ടൻ വടിയാൽ
മുതുകത്തെട്ട്!

35

മേടം വന്നു

മേടമാസക്കാലം മോടിയിൽ വന്നെത്തി
കൊന്നപൂത്ത കാവിൽ തേൻകിളികൾ തത്തി.
നാട്ടുമാവിൻകൊമ്പും തേൻവരിക്കക്കൊമ്പും
പൂങ്കനികളേന്തി തേൻ വിളമ്പാൻ വെമ്പി.
മേടമാസക്കാറ്റിൻ തേരിൽ വിഷുവെത്തി
കേരമരക്കൂട്ടം താലവൃന്ദം വീശി.
കൺതുറക്കും നേരം നൽക്കണികൾ കാണാൻ
മേടമാസമേറെ മോടിയിൽ വന്നെത്തി!

36
ഉണ്ണിയേശു

കാലിത്തൊഴുത്തിലൊരുണ്ണിയേശു
കൺകുളിർപ്പിക്കുമൊരുണ്ണിയേശു
പാപങ്ങൾ പോക്കുമൊരുണ്ണിയേശു
പുണ്യം പകരുമൊരുണ്ണിയേശു!
ശത്രുവെ സ്നേഹിക്കുമുണ്ണിയേശു!
മിത്രമാണെന്നുമീയുണ്ണിയേശു
കൈതവമില്ലാത്തൊരുണ്ണിയേശു
കൈവല്യദായകനുണ്ണിയേശു!
വിണ്ണിൽ നിന്നെത്തിയോരുണ്ണിയേശു
മണ്ണിൻ സമാധാനമുണ്ണിയേശു
രാജാക്കൾ കുമ്പിടുമുണ്ണിയേശു
രാജാധിരാജനാമുണ്ണിയേശു!

37

പൊണ്ണനും എണ്ണയും

കിണ്ണത്തിലെണ്ണയെടുത്തൊരു പൊണ്ണ-
നെണ്ണ വിൽക്കാൻ പോയ്.
മണ്ണൂരു ചെന്നപ്പോൾക്കിണ്ണം മറിഞ്ഞി-
ട്ടെണ്ണയെല്ലാം പോയ്.
എണ്ണപുരണ്ട മണ്ണെല്ലാം കോരി
കിണ്ണം നിറച്ചിട്ട്
പൊണ്ണനുറക്കെ പറഞ്ഞുനടക്കയായ്:
"മണ്ണെണ്ണ! മണ്ണെണ്ണ!"

38
കിഴവൻ

എഴുതിയാൽ പിഴപറ്റുവോൻ
എഴുന്നേറ്റാൽ കഴ തെറ്റുവോൻ
പഴഞ്ചൊല്ലിനും പഴമ്പാട്ടിനും പകരം
പഴിവാക്കുകൾ മൊഴിയുവോൻ.
അഴലിന്നാഴമറിയുവോൻ
കുഴിയിൽ മിഴിനട്ടിരിക്കുവോൻ
എഴുപത്തേഴ് കഴിയുവോൻ
കിഴവൻ!

കാക്കപ്പാട്ട്

കാക്കേ നിന്നുടെ പേരെന്താ?
കാക്കക്കുട്ടൻ എന്നാണേ!
കാക്കേ നിന്നുടെ നാടേതാ?
കാക്കശ്ശേരിയിലെൻ നാട്!
കാക്കേ വീടിനു പേരെന്താ?
കാക്കാംപീച്ചി വീടെന്ന്!
കാക്കേടച്ഛന്റെ പേരെന്താ?
കാക്കക്കറുമ്പൻ എന്നാണേ!
കാക്കേടമ്മേടെ പേരെന്താ?
കാക്കക്കറുമ്പി എന്നാണേ!
കാക്കേ പേരെല്ലാമെഴുതാമോ?
കാക്കിരി കൂക്കിരിയെഴുതാമേ!

40
ഊഞ്ഞാല്

അമ്മൂമ്മയ്ക്കാടുവാനൂഞ്ഞാല് കൊമ്പില്!
കമ്മലിനാടുവാനൂഞ്ഞാല് കാതില്!
കൊമ്പിലെയൂഞ്ഞാലിലമ്മൂമ്മയാടുമ്പോള്
കാതിലെയൂഞ്ഞാലിലാടുന്നു കമ്മല്!
കൊമ്പിലെയൂഞ്ഞാല് പൊട്ടുമ്പോളമ്മൂമ്മ
മാനവും നോക്കിക്കിടക്കുന്നൂ മണ്ണില്!
അമ്മൂമ്മയോടൊപ്പമാലോലമാടിയ
കാതിലെയൂഞ്ഞാലും കമ്മലും മണ്ണില്!

41
തുഞ്ചന്റെ തത്ത

നേരുള്ള തത്ത നെറിവുള്ള തത്ത
പൊള്ളും പൊരുളുമറിയുന്ന തത്ത
മാനസപ്പൂവിൽ മധുവുള്ള തത്ത
പഞ്ചമം പാടി രമിക്കുന്ന തത്ത
പഞ്ചമിക്കലപോലഴകുള്ള തത്ത
നാടിന്റെ നാവേറ് തീർക്കുവാൻ വേണ്ടി
ശ്രീരാമനാമമുരുവിടും തത്ത
തുഞ്ചൻ പറമ്പിലെയാരോമൽത്തത്ത
നെഞ്ചിൽക്കുറുകുന്നു പുന്നാരത്തത്ത!

42

കിഴവി

പല്ലു കൊഴിഞ്ഞു കവിൾ കുഴിഞ്ഞു
മെയ്യഴകൊക്കെയും പൊയ്ക്കഴിഞ്ഞു
കാതു കിഴിഞ്ഞു മിഴി കുഴിഞ്ഞു
പഴയൊരു പായിൽ കുഴഞ്ഞു വീണു
കാലിൽ കുഴമ്പിടാനാളുവേണം
കിഴി നടത്തീടുവാനാളുവേണം
കിഴിയും കുഴമ്പുമായ് കഴിയുന്ന നേരത്തും
കിഴവിതൻ വായിൽ പഴമ്പുരാണം!

43

തവളയും പുളവനും

തളതാ തളതാ തവള പറഞ്ഞു
വളതാ വളതാ തവള പറഞ്ഞു
മഴയുടെ മേളം മുറുകിയ നേരം
തളതാ വളതാ തവള പറഞ്ഞു.
തളതാ വളതാ കേട്ടൊരു പുളവൻ
തവളപ്പെണ്ണിന് തളവള ചാർത്തി.
തളയും വളയും ചാർത്തിയ തവള
ഇമ്പം പലപല പുളവന്നുണായ്!

44

കീയം ..... കീയം.....

വെട്ടം മറഞ്ഞിട്ടിരുട്ടു വീണാൽ
വീട്ടുകാരെല്ലാമുറക്കമായാൽ
തട്ടിൻപുറമേറി തട്ടിയും മുട്ടിയും
കിട്ടിയതെല്ലാം കവർന്നും കരണ്ടും
നെട്ടോട്ടം പായുമീ ചുണ്ടെലി വീരൻ
വെട്ടുകെണിക്കുള്ളിൽ പെട്ടിടുമ്പോൾ
പൊട്ടിക്കരയുന്നൂ കീയം..... കീയം.....

45

ചാട്ടക്കാരൻ ഇഡ്ഡലിക്കുട്ടൻ

ചാട്ടക്കാരൻ ഇഡ്ഡലിക്കുട്ടൻ
ചാടിച്ചാടി ചട്ണിയിൽ "ബ്ളും!"
ചാട്ടക്കാരൻ ഇഡ്ഡലിക്കുട്ടൻ
ചാടിച്ചാടി വായിൽ "ഗ്ളും!"
ചാട്ടക്കാരൻ ഇഡ്ഡലിക്കുട്ടനെ
ചുണ്ടപ്പൻചേട്ടന്മാർ മൂടിപ്പുതച്ച്
പല്ലപ്പൻചേട്ടന്മാർ വട്ടംപിടിച്ച്
നാക്കമ്മേച്ചേച്ചിയുമൊത്ത് പിടിച്ച്
"പ്ളക്ക്! പ്ളക്ക്! പ്ളക്ക്!"

46

എന്തുകിട്ടി?

ഉത്തരം പറ്റിയിരിക്കുന്ന പല്ലീ?
നിനക്കെന്തു കിട്ടി?
ഈച്ചയെക്കിട്ടി; പൂച്ചിയെക്കിട്ടി.
നാലഞ്ചു കുഞ്ഞിയുറുമ്പിനെക്കിട്ടി.
ഉത്തരംതാങ്ങിയിരിക്കുന്നോനെന്നുള്ള
പരിഹാസപ്പേരൊന്നു വേറെയും കിട്ടി!

കുറുമ്പന്റെ കുറുമ്പ്

കരിമ്പൊക്കെയൊടിച്ചും
കറുമുറെ ചവച്ചും
കുടിലൊക്കെ മറിച്ചും
കറങ്ങി മദിച്ചും
കരയൊക്കെ കുലുക്കുന്ന
കറുകറെ കറുത്തൊരു
കറുമ്പനും കുറുമ്പനും
കാടനുമായൊരു വമ്പൻ
കൊമ്പന്റെ കുറുമ്പൊക്കെ
കുറയ്ക്കുവാൻ വരുന്നുണ്ടേ
കുറുമ്പനുറുമ്പ്!

48

ആന

ആനയുണ്ടെന്നാരോ
ചൊല്ലിയനേരത്താ–
ക്കൊമ്പനെക്കാണുവാ–
നിമ്പം പെരുത്ത ഞാ–
നോടീട്ടും ചാടീട്ടു–
മേറെ നടന്നിട്ടും
ചെന്നപ്പോളയ്യടാ
കൊമ്പുകളില്ലാതെ
തുമ്പിയുമില്ലാതെ
വമ്പൽപ്പമില്ലാതെ
കുഴിയിലിഴയുന്നൂ
കുഞ്ഞിക്കുഴിയാന!

49

കണ്ണനും ഉണ്ണിയും

കണ്ണനൊരുപിടി മണ്ണു തിന്നു
കണ്ണുമുരുട്ടിക്കൊണ്ടമ്മ വന്നു
ഉണ്ണിയൊരുപിടി മണ്ണു തിന്നു
കണ്ണുമുരുട്ടിക്കൊണ്ടമ്മ വന്നു
എല്ലാർക്കും പൊന്നുണ്ണി കണ്ണനുണ്ണി
കണ്ണടച്ചുംകൊണ്ട് വാ തുറന്നു
ഉണ്ണിതന്നമ്മയ്ക്ക് കണ്ണിലുണ്ണി
തൊണ്ണുകാട്ടിക്കൊണ്ടു വാ തുറന്നു
കണ്ണന്റെയമ്മയ്ക്ക് കണ്ണുതള്ളി
ഉണ്ണിതന്നമ്മയോ നിന്നുതുള്ളി
കണ്ണനു കൈകളിൽ വെണ്ണ കിട്ടി
ഉണ്ണിക്കു കൈകളിൽ തല്ലുകിട്ടി!

50

തവളസ്സാറിന്റെ ക്ലാസ്സ്

തവളസ്സാറിൻ ക്ലാസ്സാണേ
തവളപ്പിള്ളേരുണ്ടല്ലോ
"തറ പറ' ചൊല്ലി തവളസ്സാർ
പിള്ളേർക്കില്ലാ മിണ്ടാട്ടം!
"തറ പറ പറയെട മാക്രികളേ'
തവളസ്സാറിനു കലി കയറി
തവളപ്പിള്ളേരെന്നിട്ടും
മിഴിച്ചു നോക്കിയിരിപ്പല്ലോ!
"മുട്ടൻ വടിയാൽ നിങ്ങളെ ഞാൻ
തറ പറയിന്നു പഠിപ്പിക്കും!"
ഇങ്ങനെ ചൊല്ലി തവളസ്സാർ
'വടി'യും കൊണ്ടു വരുന്നല്ലോ!
'വടി' പുളയുന്നൂ ചീറ്റുന്നൂ
തവളസ്സാരു പിടയ്ക്കുന്നൂ
ഉണ്ടക്കണ്ണു തുറിക്കുന്നൂ
പുളവൻ നാക്കു നുണയ്ക്കുന്നൂ
തവളപ്പിള്ളേരയ്യയ്യോ
ക്ലാസ്സും വിട്ടിട്ടോടുന്നൂ!

കിണ്ണം

കിണ്ണം കിണ്ണം പാൽക്കിണ്ണം
വിണ്ണിലൊരുണ്ണിപ്പാൽക്കിണ്ണം
ഉണ്ണിക്കണ്ണൻ കണ്ണാലുണ്ണും
ഉണ്ണിക്കിണ്ണം പാൽക്കിണ്ണം
ഉണ്ടുനിറച്ചിട്ടുണ്ണിക്കണ്ണ-
നുറങ്ങിക്കണ്ണു തുറക്കുമ്പോൾ
വിണ്ണിൽക്കാണില്ലീക്കിണ്ണം
അമ്പിളിവട്ടപ്പാൽക്കിണ്ണം!

52

അയ്യയ്യാ, നെയ്യപ്പം!

അയ്യപ്പനയ്യയ്യാ നെയ്യപ്പം തിന്നുന്നു
നെയ്യെല്ലാം കൈയിലായ് നെയ്യപ്പം വായിലായ്
നെയ്യപ്പം കണ്ടപ്പോളയ്യയ്യാ നെയ്യപ്പം
എന്നോതീട്ടയ്യമ്മ കൈനീട്ടിയെത്തുന്നു
അയ്യയ്യോ നെയ്യപ്പം തീർന്നുപോയ് നെയ്യപ്പം
എന്ന മട്ടയ്യപ്പൻ കൈയു നിവർത്തുന്നു.
കൈയിലെ നെയ്യു കണ്ടയ്യയ്യേയെന്നോതി
നെയ്യപ്പം കിട്ടാത്തോരയ്യമ്മ നിൽപ്പായി.
നെയ്യല്ലേ, നന്നായിയെന്നോർത്തിട്ടയ്യപ്പൻ
മീശേം മിനുക്കിക്കൊണ്ടയ്യയ്യാ നിൽപ്പായി!

53

മുത്തമ്മയും പൂച്ചമ്മയും

മത്തി വറുത്തത് പത്തുമെടുത്തൊരു
വട്ടിയിലിട്ടു മടക്കിക്കെട്ടീ–
ട്ടുറിയിൽ വച്ചു മുത്തമ്മ!
വട്ടി തുറന്നൊരു മത്തിയെടുത്ത്
കറുമുറെ തിന്നിട്ടാശയൊടുക്കാൻ
ഉറിയിൽക്കേറീ പൂച്ചമ്മ!
ഉറിയിലിരിക്കും പൂച്ചമ്മയ്ക്കൊരു
തട്ടുകൊടുക്കാൻ വടിയും കൊണ്ടുട
നോടിയണഞ്ഞു മുത്തമ്മ!
മുത്തിനെ കണ്ടൊരു നേരം വട്ടിയിൽ
തെരുതെരെ മാന്തീട്ടരിശം തീർത്തി
ട്ടോടി മറഞ്ഞു പൂച്ചമ്മ!

54

ദോശക്കൊതിയൻ മീശപ്പൻ

ശേ ശേ ശേ ശേ ദോശപ്പൻ!
ശീ ശീ ശീ ശീ ദോശപ്പൻ
ദോശ വിഴുങ്ങാൻ ദേശത്തെത്തി
ദോശക്കൊതിയൻ മീശപ്പൻ!
കാശെട്! കാശെട്! ദോശപ്പൻ
കാശില്ലല്ലോ മീശപ്പൻ
ശേ ശേ പോടാ ശീ ശീ പോടാ
ശൂ ശൂ ശൂ ശൂ ദോശപ്പൻ
ദോശക്കല്ലും കലപിലകൂട്ടി
കട കട ടക ടക പൊയ്ക്കോടാ
ശ്ർ...ശ്ർ...ശ്ർ...ശ്ർ... മീശ കരിക്കും
ആളിക്കത്തീ തീക്കൊള്ളി
ശേ ശീ ശൂ ശൂ കട കട ടക ടക
ശ്ർ...ശ്ർ...വിറവിറ മീശപ്പൻ!
ദോശയ്ക്കുള്ളോരാശ വിഴുങ്ങി
ദേശം വിട്ടു മീശപ്പൻ!

55

അമ്പുവിന്റെ പല്ല്

അമ്മിഞ്ഞ നൊട്ടിനുണഞ്ഞിട്ടും
അമ്പുവിൻ പല്ല് വെളുത്തീലാ-
അമ്പിളിപ്പാട്ടുകൾ പാടിട്ടും
അമ്പുവിൻ പല്ല് വെളുത്തീലാ.
തുമ്പപ്പൂവമ്മാനമാടീട്ടും
അമ്പുവിൻ പല്ല് വെളുത്തീലാ.
മുല്ലപ്പൂങ്കാറ്റേറ്റുറങ്ങീട്ടും
അമ്പുവിൻ പല്ല് വെളുത്തീലാ
മന്ദാരപ്പൂകണ്ടുണർന്നിട്ടും
അമ്പുവിൻ പല്ല് വെളുത്തീലാ.
അമ്മയുമിക്കരി തേച്ചപ്പോൾ
അമ്പുവിൻ പല്ല് വെളുത്തുലോ
പാൽക്കടൽ മുത്തായി മാറീലോ
പാലൊലി പെയ്തു വിളങ്ങീലോ!

56

ആശമോൾ

കാറ്റിന്റെ കൈകളിലേറിക്കറങ്ങുവാ
നാശമോൾക്കെന്നുമൊരാശ!
വെണ്മുകിൽക്കുഞ്ഞുങ്ങളൊത്തു കളിക്കുവാ
നാശമോൾക്കെന്നുമൊരാശ!
അമ്പിളിമാമനു മുത്തം കൊടുക്കുവാ
നാശമോൾക്കെന്നുമൊരാശ!
നക്ഷത്രപ്പൂക്കളാൽ മാലകൊരുക്കവാ
നാശമോൾക്കെന്നുമൊരാശ!
ആകാശപ്പൊയ്കയിൽ നീന്തിനീരാടുവാ
നാശമോൾക്കെന്നുമൊരാശ!
ആശകളൊക്കെയും പാഴായിപ്പോകവെ
യാശമോൾക്കാകെ നിരാശ!

57

പയ്യുണ്ടോ?

പയ്യുണ്ടോ? പയ്യുണ്ടോ?
പയ്യന്നൂരിൽ പയ്യുണ്ടോ?
പയ്യില്ല! പയ്യില്ല!
പയ്യന്നൂരിൽപയ്യില്ല!
പയ്യുണ്ടോ?പയ്യുണ്ടോ?
പയ്യാവൂരിൽ പയ്യുണ്ടോ?
പയ്യില്ല!പയ്യില്ല!
പയ്യാവൂരും പയ്യില്ല!
പയ്യുണ്ടോ?പയ്യുണ്ടോ?
പോത്തന്നൂരിൽ പയ്യുണ്ടോ?
പയ്യുണ്ട്!പയ്യുണ്ട്!
പോത്തന്നൂരിൽ പയ്യുണ്ട്!

58

കുട്ടിയും തത്തയും

"തത്തേ തത്തേ പച്ചത്തത്തേ
എങ്ങനെ കിട്ടീ പച്ചനിറം?"
"പച്ചിലക്കാട്ടിലൊളിച്ചുകളിച്ചി
ട്ടങ്ങനെ കിട്ടീ പച്ചനിറം!"
"തത്തേ തത്തേ പച്ചത്തത്തേ
എങ്ങനെ കിട്ടീ കൂർത്ത നഖം?"
"മുരിക്കിൻ കൊമ്പത്തള്ളിപ്പിടിച്ചി
ട്ടങ്ങനെ കിട്ടീ കൂർത്ത നഖം!"
"തത്തേ തത്തേ പച്ചത്തത്തേ
എങ്ങനെ കിട്ടീ ചെഞ്ചുണ്ട്?"
"ചെമ്മാനം നോക്കിപ്പറന്നുപറന്നി
ട്ടങ്ങനെ കിട്ടീ ചെഞ്ചുണ്ട്!"
"തത്തേ തത്തേ പച്ചത്തത്തേ
എങ്ങനെ കിട്ടീ വർത്തമാനം?"
"തുഞ്ചൻപറമ്പിലെ താളിയോല കേട്ടി–
ട്ടങ്ങനെ കിട്ടീ വർത്തമാനം!"

59

നിലവിളിയായേ

അമ്മിയുമുണ്ടൊരു കുഴവിയുമുണ്ട്
രണ്ടിനുമിടയിലൊരുപിടി മുളകും വെള്ളവുമുണ്ട്.
കുഴവി പിടിക്കാൻ മാടിയടിക്കാൻ
പല്ലുകൊഴിഞ്ഞൊരു കിഴവിയുമുണ്ട്.
കുഴവിയിടഞ്ഞൂ കട കട കട കട
മുളകു കരഞ്ഞൂ കര കര കര കര
തെരുതെരേയരവായ് കുഴ കുഴ കുഴയാ-
യൊലിയോടൊലിയാം നേരം കിഴവി
ചെറുചിരിയോടെ ചടപടെ മാടിയെടുത്തീടുമ്പോൾ
കണ്ണിൽ മുളകൊരു തരിയായെരിവാ-
യെരിവോടെരിവായൊലിയോടൊലിയായ്
കണ്ണീരൊലിയായ് കുഴവിയുമിട്ടിട്ടോടിയ കിഴവി
വിളിയൊടു വിളിയായ് നിലവിളിയായേ!

60

ഉത്സവച്ചിന്ത്

കൂരിരുൾ താണ്ടിയലയുന്ന രാത്രിതൻ
നിടിലത്തിൽ കുങ്കുമപ്പൊട്ട്
മന്ത്രമുരുവിട്ടുണരുന്ന കറുകതൻ
നെറുകയിൽ മിന്നുന്ന മുത്ത്
കാറ്റിലുലയുന്ന കാട്ടുമുളകൾ ത—
ന്നധരത്തിൽ കോലക്കുഴല്.
മാനത്തെക്കോവിലിലെത്തുന്ന മുകിലിന്റെ
തോളത്തൊരു മണിവില്ല്
തീരത്തലയടിച്ചെത്തുന്ന കടലിന്റെ
പാദത്തിൽ വെള്ളിക്കൊലുസ്സ്
വാടിയിലോടി നടക്കുന്ന കാറ്റിന്റെ
കൈകളിൽ സൗരഭ്യച്ചെപ്പ്.
കളകളം പാടിയൊഴുകുമരുവിതൻ
നിറമാറിലെന്നുമമൃത്.
ഈവക ദൃശ്യങ്ങളാസ്വദിച്ചീടുമ്പോൾ
ഹൃദയത്തിലുത്സവച്ചിന്ത്!

61

പറയൻ

പടികയറിയെത്തുന്നു പറയൻ
പടിയായ പടിയെല്ലാം കയറിയിറങ്ങിയി–
പ്പടികയറിയെത്തുന്നു പറയൻ
കാലത്തിൻ കൈയിലെ കയ്പുനീരൊക്കെയും
മോന്തിക്കൊണ്ടെത്തുന്നു പറയൻ.
പറകൊണ്ടളന്നാലും തീരാത്തൊരറിവുമായ്
നീറിക്കൊണ്ടെത്തുന്നു പറയൻ.
പറയാതെ പറയാനുമേറാതെപറയാനും
വിരുതുമായെത്തുന്നു പറയൻ.
പൊള്ളും പൊരുളും തിരിച്ചറിഞ്ഞീടുവാൻ
മുറവുമായെത്തുന്നു പറയൻ.
പഴമ്പുരാണത്തിന്റെ മാറാപ്പിൽ നിന്നൊരു
നറുമുത്തെടുക്കുന്നു പറയൻ.
ആ നറും മുത്തൊരു വിത്തായിട്ടുണ്ണിതൻ
കരളിലേക്കെറിയുന്നു പറയൻ
മുതുകൊടിഞ്ഞൊരു വടിയുന്നുവോനെന്നാലും
പറകൊട്ടിയുറയുന്നു പറയൻ.
ഇരവുപകലാക്കിയിട്ടുണ്ണിതൻ കരളിലേ–
ക്കൊളികണ്ണെറിയുന്നു പറയൻ.
കരളിലെയമൃതുണ്ട് വിത്തു മുളപൊട്ടുന്നു
കവിതകൾ വിരിയുന്നു മധുവുള്ളിലൂറുന്നു
കണ്ടുകൺ നിറയുമ്പോൾ "നിറനിറ പൊലിപൊലി"
പ്പാടിപ്പതം വന്ന കുളിരുന്ന കരളുമായ്
ഇടറുന്ന പദവുമായ് വിടപറഞ്ഞീടുന്നു
പറയൻ!

62

സ്രഷ്ടാവിനോട്

മർത്ത്യന്റെയെല്ലിനും
പല്ലിനും ചൊല്ലിനും
തെല്ലുറപ്പെങ്കിലുമുണ്ടാകുവാൻ
കല്ലുകൊണ്ടല്ലാതെ
മണ്ണുകൊണ്ടിന്നിമേൽ
മർത്ത്യനെത്തീർക്കൊല്ലെ തമ്പുരാനേ!

കടങ്കവിതകൾ

1. **ഉ**രുണ്ടവനുടഞ്ഞാൽ രണ്ട്!
   ഉടഞ്ഞവനുണങ്ങിയാൽ നാല്! (ഉത്തരം : തേങ്ങ)

2. മൂക്കാട്ടുന്നോൻ താഴത്ത്
   കാതാട്ടുന്നോൻ താഴത്ത്
   അവനെ നടത്താനായിട്ട്
   മൂക്കാട്ടാത്തോൻ കാതാട്ടാത്തോൻ
   വടിയുമെടുത്ത് മുതുകത്ത്! (ഉത്തരം : ആനയും പാപ്പാനും)

3. ഒറ്റേറെ കാലുള്ളോരട്ടയാണ്
   'കാലട്ട'യെന്നല്ല പേരു കുട്ടാ!
   നീളത്തിൽ പോഴുന്നോരട്ടയാണ്
   'നീളട്ട' യെന്നല്ല പേരു കുട്ടാ!
   തൊട്ടാൽ ചുരുളുന്നോരട്ടയാണ്
   'ചുരുളട്ട'യെന്നല്ല പേരു കുട്ടാ!
   തേരുപോൽ പായാത്തൊരട്ടയാണ്
   ഈയട്ടയേതട്ട ചൊല്ലു കുട്ടാ? (ഉത്തരം : തേരട്ട)

4. അങ്ങോട്ടോട്ടം ഇങ്ങോട്ടോട്ടം
   കുതിച്ചുചാട്ടം കൊതിച്ചുനോട്ടം

നുണച്ചുനോട്ടം തീർന്നാലോട്ടം
കൊട്ടിപ്പാടീട്ടുഞ്ഞാലോട്ടം! (ഉത്തരം : അണ്ണാറക്കണ്ണൻ)

5. അയ്യയ്യാ! നല്ലൊരു തേങ്ങാപ്പൂള്
അന്തിക്കണഞ്ഞൊരു തേങ്ങാപ്പൂള്!
മാനത്തെത്തിണ്ണയിൽ തേങ്ങാപ്പൂള്
മിന്നിമിനുങ്ങുന്ന തേങ്ങാപ്പൂള്!
ഈച്ചയരിക്കാത്ത തേങ്ങാപ്പൂള്
പൂച്ചയെടുക്കാത്ത തേങ്ങാപ്പൂള്!
കൽക്കണ്ടംപോലെ കടിച്ചുതിന്നാൻ
കുട്ടനു മോഹമീത്തേങ്ങാപ്പൂള്! (ഉത്തരം : അമ്പിളിയമ്മാവൻ)

6. ഉണ്ണാൻ വെട്ടും ഇലയേത്?
കറിക്കരിയും ഇലയേത്?
ഉണ്ണുംനേരം മടികൂടാതെ
കളയും ഇലയേത്?
ഉണ്ടു കഴിഞ്ഞാൽ
മുത്തശ്ശി തിന്നും ഇലയേത്?
        (ഉത്തരം : വാഴയില, ചീരയില, കറിവേപ്പില, വെറ്റില)

7. കണ്ണില്ലാത്തോൻ കവിളില്ലാത്തോൻ
നാക്കില്ലാത്തോൻ മൂക്കില്ലാത്തോൻ
എണ്ണയിൽ മുങ്ങിപ്പൊങ്ങിവരുമ്പോൾ
കണ്ണും കവിളും നാക്കും മൂക്കും
"ശിർ...ശിർ..." വാക്കും തെളിയുന്നോൻ (ഉത്തരം : പപ്പടം)

8. വെളുക്കുമ്പോൾ വിളിക്കുന്നോൻ
വിളിച്ചാളെയുണർത്തുന്നോൻ
വെളുത്താലും വിളിക്കുന്നോൻ
വിളിച്ചാളെ വരുത്തുന്നോൻ
വെളുക്കുമ്പോൾ കുളിച്ചാലും
വെളുവെളെ വെളുക്കാത്തോൻ
വെളുക്കാത്തോനാണെന്നാലും
വെടിപ്പോടെ വിളങ്ങുന്നോൻ! (ഉത്തരം : കാക്ക)